Kurzgeschichten Deutsch – Suaheli
Band 1 – Tierfabeln

Hadithi fupi Kijerumani – Kiswahili
Toleo ya 1 - Hekaya za wanyama

Sebastian Müller

AF219511

Bibliografische Information der Deutschen Nationalbibliothek:
Die Deutsche Nationalbibliothek verzeichnet diese Publikation in der
Deutschen Nationalbibliografie; detaillierte bibliografische Daten sind im
Internet über http://dnb.dnb.de abrufbar.

© 2024 Sebastian Müller

Herstellung und Verlag: BoD – Books on Demand, Norderstedt

ISBN: 9783757883751

VORWORT

Du möchtest Deine Kiswahili-Kenntnisse durch Lese- und Übersetzungsübungen vertiefen? Deine Muttersprache ist Kiswahili und Du planst Dein Deutsch zu verbessern? Oder Du wünschst Dir einfach schöne Geschichten um sie auf Deutsch und Kiswahili vorzulesen? Dann ist dieses Buch bestens für Dich geeignet.

Vor Dir hast Du den ersten Band der Reihe ‚Kurzgeschichten in Deutsch und Kiswahili'. Er beinhaltet kurze Tierfabeln.

Das Buch ist speziell für das selbstständige Übersetzen und Vergleichen gestaltet. Die Geschichten sind in einfacher Sprache geschrieben. Die Sätze sind kurz gehalten. Damit werden das Lesen und das Übersetzen erleichtert. Die Texte greifen regelmäßig Teile vorheriger Geschichten auf. Vokabular kannst Du wiederholen, Gelerntes aus vorheriger Übersetzungsarbeit festigen.

Die einzelnen Sätze sind durchnummeriert. Die jeweilige Version eines Satzes (Deutsch – Kiswahili) findest Du auf den sich einander gegenüberliegenden Seiten. So hast Du eine 1 zu 1 Übersetzung parat. Möchtest Du eine Geschichte zunächst selbstständig übersetzen? Kein Problem – verdecke eine Seite. Die Satz-Nummerierungen helfen Dir Deine Übersetzung anschließend mit der im Buch gelieferten Übersetzung zu vergleichen.

Mit einem Basis-Knowhow der Grammatik und einem Wörterbuch zur Hand oder einem Online-Dictionary sind auch die Vokabeln in greifbarer Nähe und es kann losgehen mit den Lernerfolgen.

Viel Spaß

Sebastian Müller

INHALT

Lasst uns lesen

-

Tusome

Die Giraffe Kibi und das große Wasserloch

1. Es war einmal in der weiten Savanne von Tansania, da lebte eine junge Giraffe.

2. Ihr Name war Kibi.

3. Kibi war noch klein.

4. Sie hatte wunderschöne braune Flecken auf ihrem langen Hals.

5. Sie liebte es, mit ihren Freunden zu spielen.

6. Ihr Freunde waren Zebras und Elefanten.

7. Sie trafen sich jeden Tag um die Blätter der Bäume zu fressen.

8. Eines Tages traf Kibi eine große Entscheidung.

9. Sie wollte die Welt außerhalb der Savanne erkunden.

10. Sie hatte von einem geheimnisvollen Wasserloch gehört.

11. Das Wasserloch lag im Dschungel.

12. Neugierig machte sie sich auf den Weg.

13. Die Reise war nicht einfach für Kibi.

14. Sie musste durch dichtes Gebüsch und über hohe Gräser klettern.

15. Aber sie gab nicht auf.

16. Sie kämpfte sich tapfer voran.

Twiga Kibi na bwawa kubwa

1. Hapo zamani za kale kulikuwa na twiga kijana aliyeishi katika savana kubwa ya Tanzania.

2. Jina lake lilikuwa Kibi.

3. Kibi alikuwa bado mdogo.

4. Alikuwa na madoa mazuri ya kahawia kwenye shingo yake ndefu.

5. Alipenda kucheza na marafiki zake.

6. Marafiki zake walikuwa pundamilia na tembo.

7. Walikutana kila siku kwa ajili ya kula majani ya miti.

8. Siku moja, Kibi alifanya uamuzi mkubwa.

9. Alitaka kuchunguza ulimwengu nje ya savana.

10. Alisikia kuhusu bwawa la siri.

11. Bwawa hilo lilikuwa ndani ya msitu.

12. Alianza safari yake akiwa na shauku ya kujua vitu vipya.

13. Safari haikuwa rahisi kwa Kibi.

14. Alipaswa kupitia kwenye vichaka vikubwa na juu ya majani marefu.

15. Lakini hakukata tamaa.

16. Aliendelea kuzonga mbele kwa ujasiri.

17. Schließlich erreichte sie das Wasserloch.

18. Sie war überwältigt von seiner Schönheit.

19. Im sauberen Wasser war der Himmel zu sehen.

20. Die bunten Vögel zwitscherten in den Bäumen.

21. Kibi traf dort auch andere Tiere.

22. Diese Tiere hatte sie noch nie zuvor gesehen.

23. Es gab Affen, die von Baum zu Baum sprangen.

24. Und es gab bunte Papageien.

25. Sie freundete sich mit ihnen an und sie verbrachten den ganzen Tag zusammen, lachten und hatten Spaß.

26. Als die Sonne langsam unterging, kehrte Kibi glücklich in die Savanne zurück.

27. Sie hatte nicht nur das Wasserloch gefunden, sondern auch neue Freunde gewonnen.

28. Von diesem Tag an war Kibi nicht mehr nur eine gewöhnliche Giraffe, sondern eine mutige Entdeckerin.

29. Und so endet die Geschichte von Kibi, der jungen Giraffe aus Tansania.

30. Eine Giraffe die den Mut hatte, die Welt jenseits der Savanne zu entdecken.

17. Hatimaye alifika kwenye bwawa.

18. Akawa amevutiwa sana na uzuri wake.

19. Katika maji safi anga lilionekana.

20. Ndege wenye rangi mbalimbali wakalia katika miti.

21. Kibi akakutana na wanyama wengine hapo.

22. Alikuwa hajawahi kuwaona wanyama hawa hapo awali.

23. Kulikuwa na kima walioruka kutoka mti hadi mti.

24. Na kulikuwa na kasuku wenye rangi mbalimbali.

25. Akaanza urafiki nao na wakashinda siku nzima pamoja wakicheka na kufurahi.

26. Jua lilipokuwa likizama taratibu, Kibi akarudi savana akiwa na furaha.

27. Alipata siyo tu bwawa, bali pia alipata marafiki wapya.

28. Tangu siku hiyo Kibi hakuwa tena twiga wa kawaida, bali alikuwa mvumbuzi shujaa.

29. Na hivyo ndivyo hadithi ya Kibi, twiga kijana kutoka Tanzania, ilivyomalizika.

30. Twiga aliyekuwa na ujasiri wa kugundua ulimwengu nje ya savana.

Die Reise der Giraffe Chuchu

1. Es war einmal eine junge Giraffe namens Chuchu.

2. Chuchu lebte in der Savanne Tansanias.

3. Sie hatte lange Beine und einen langen Hals.

4. Der lange Hals ermöglichte es ihr, die saftigen Blätter der Bäume zu erreichen.

5. Chuchu war neugierig und abenteuerlustig.

6. Sie liebte es, mit ihren Freunden, den Zebras und Elefanten, zu spielen.

7. Jeden Tag erkundeten sie gemeinsam die Savanne.

8. Eines Tages beschloss Chuchu, etwas Neues zu entdecken.

9. Sie hatte von einer geheimnisvollen Wasserstelle gehört, die im Dschungel verborgen war.

10. Chuchu hatte den großen Wunsch, dorthin zu gelangen.

11. Sie machte sich auf den Weg und folgte den Spuren anderer Tiere.

12. Aber sie konnte die Wasserstelle nicht finden.

13. Nach langer Zeit traf Chuchu eine alte weise Giraffe.

14. Der Name der Giraffe war Rafiki.

Safari ya Twiga Chuchu

1. Hapo zamani za kale kulikuwa na twiga kijana aliyeitwa Chuchu.

2. Chuchu alikuwa anaishi katika savana nzuri ya Tanzania.

3. Alikuwa na miguu mirefu na shingo ndefu.

4. Shingo ndefu ilimwezesha kufikia majani matamu ya miti.

5. Chuchu alikuwa na shauku ya kujua vitu vipya na mwenye ujasiri.

6. Alipenda kucheza na marafiki zake, pundamilia na tembo.

7. Kila siku walikuwa pamoja wakichunguza savana.

8. Siku moja Chuchu aliamua kugundua kitu kipya.

9. Alikuwa amesikia kuhusu bwawa la siri lililofichwa msituni.

10. Chuchu alikuwa na nia kubwa la kufika huko.

11. Akaanza safari na kufuata nyayo za wanyama wengine.

12. Lakini hakuweza kupata bwawa hilo.

13. Baada ya muda mrefu Chuchu alikutana na twiga mzee mwenye hekima.

14. Jina la twiga huyo lilikuwa Rafiki.

15. Rafiki erzählte Chuchu von ihren Abenteuern.

16. Chuchu hörte Rafiki gerne zu.

17. Sie lernte viel aus den Geschichten von Rafiki.

18. Sie lernte vor allem: niemals aufzugeben.

19. Chuchu dankte Rafiki für die Geschichten und alles was sie gelernt hatte.

20. Sie hatte neue Kraft und folgte weiter den Spuren anderer Tiere.

21. Nach vielen Stunden erreichte Chuchu endlich die Wasserstelle.

22. Sie war überwältigt von ihrer Schönheit.

23. Das klare Wasser schmeckte frisch.

24. Nahe der Wasserstelle wuchsen große Bäume.

25. Sie spendeten angenehmen Schatten.

26. Chuchu trank viel von dem erfrischenden Wasser.

26. Dann beobachtete sie die anderen Tiere, die ebenfalls gekommen waren, um ihren Durst zu stillen.

27. Sie fühlte sich glücklich und zufrieden.

28. Nun hatte auch sie eine Geschichte zu erzählen und kehrte nach Haus zurück.

15. Rafiki alimhadihia Chuchu juu ya matukio ya kushangaza yake.

16. Chuchu alifurahi kumsikiliza Rafiki.

17. Alijifunza mengi kutokana na hadithi za Rafiki.

18. Alijifunza hasa kutokata tamaa kamwe.

19. Chuchu alimshukuru Rafiki kwa hadithi na kila kitu alichojifunza.

20. Alikuwa na nguvu mpya na akaendelea kufuata nyayo za wanyama wengine.

21. Baada ya masaa mengi Chuchu hatimaye alifika kwenye bwawa.

22. Alikuwa amevutiwa na uzuri wake.

23. Maji safi yalikuwa yenye ladha nzuri.

24. Miti mikubwa iliota karibu na bwawa.

25. Ilitoa kivuli kizuri.

26. Chuchu alikunywa maji mengi yenye kuburudisha.

26. Akatazama wanyama wengine ambao pia walikuja kunywa maji.

27. Alikuwa na furaha na kuridhika.

28. Sasa hata na yeye alikuwa na hadithi ya kusimulia na akarudi nyumbani.

29. Von diesem Tag an wurde Chuchu zu einer mutigen Entdeckerin.

30. Sie erkundete weiterhin die Savanne und lernte viele neue Dinge über die Tierwelt.

31. Sie wurde zu einer beliebten Freundin für alle Tiere in Tansania, denn sie hatte viele Geschichten zu erzählen.

32. Sie hatte viel gelernt.

33. Ihr Wissen gab sie gerne in Geschichten weiter.

33. Sie konnte etwas Wichtiges beweisen: Mut und Entschlossenheit helfen Deine Träume zu verwirklichen.

29. Tangu siku hiyo Chuchu alikuwa mfumbuzi shujaa.

30. Aliendelea kuchunguza savana na kujifunza mambo mengi mapya kuhusu wanyama.

31. Alikuwa rafiki maarufu kwa wanyama wote nchini Tanzania, kwa sababu alikuwa na hadithi nyingi za kusimulia.

32. Alikuwa amejifunza mengi.

33. Ujuzi wake alipenda kushirikisha kupitia hadithi.

33. Aliweza kuonyesha jambo muhimu: Ujasiri na maamuzi zinasaidia kukamilisha ndoto zako.

Das kleine Nilpferd das im schönen Fluss lebte

1. Es war einmal ein kleines Nilpferd in Tansania.

2. Sein Name war Kakiboko.

3. Es lebte am Ufer eines schönen Flusses.

4. Kakiboko hatte eine glückliche Familie.

5. Es lebte zusammen mit seiner Mutter, seinem Vater und vielen Geschwistern und anderen Nilpferden.

6. Jeden Tag spielte das kleine Nilpferd im Wasser.

7. Es schwamm gerne im Fluss.

8. Es liebte es auch mit den anderen Tieren zu spielen.

9. Die Vögel sangen über ihm und die Affen kletterten von Baum zu Baum.

10. Eines Tages bemerkte das kleine Nilpferd etwas Seltsames.

11. Der Fluss wurde immer kleiner.

12. Das Wasser verschwand langsam.

13. Kakiboko war besorgt.

14. Was passierte mit dem Fluss?

15. Seine Mutter erklärte ihm, dass es seit langer Zeit nicht geregnet hatte.

16. Die Sonne hatte das Wasser verdunstet.

Kiboko mdogo aliyeishi kwenye mto mzuri

1. Hapo zamani za kale kulikuwa na kiboko mdogo nchini Tanzania.

2. Jina lake lilikuwa Kakiboko.

3. Aliishi kando ya mto mzuri.

4. Kakiboko alikuwa na familia yenye furaha.

5. Aliishi na mama yake, baba yake na ndugu zake wengi na viboko wengine.

6. Kila siku kiboko mdogo alicheza majini.

7. Alipenda kuogelea mtoni.

8. Pia alipenda kucheza na wanyama wengine.

9. Ndege walilia juu yake na kima walikuwa wanaruka kutoka miti hadi miti.

10. Siku moja kiboko mdogo aligundua kitu cha ajabu.

11. Mto ulikuwa unazidi kupungua.

12. Maji yalipotea polepole.

13. Kakiboko alikuwa na wasiwasi.

14. Nini kilitokea na mto?

15. Mama yake alimwelezea kwamba mvua haikunyesha kwa muda mrefu.

16. Jua liliyeyusha maji.

17. Der Fluss trocknete aus.

18. Das kleine Nilpferd fühlte sich traurig.

19. Kakiboko beschloss, etwas zu unternehmen.

20. Es ging zu den anderen Tieren.

21. Es bat die anderen Tiere um Hilfe.

22. Das kleine Nilpferd wollte den Verlust des Wassers stoppen.

23. Gemeinsam beschlossen Kakiboko und die anderen Tiere, nach einer Lösung zu suchen.

24. Sie bauten Dämme, um das Wasser zurückzuhalten.

25. Sie gruben tiefe Löcher, um Regenwasser zu sammeln.

26. Sie pflanzten Bäume, um die Feuchte im Boden zu halten.

27. Endlich kam der ersehnte Regen.

28. Die Wolken öffneten sich und es begann zu regnen.

29. Das kleine Nilpferd freute sich so sehr!

30. Der Fluss füllte sich wieder mit Wasser.

31. Der Damm half das Wasser zu sammeln.

32. In den Löchern sammelte sich das Regenwasser.

33. Im Schatten der Bäume blieb das Wasser in den Löchern lange Zeit.

17. Mto ulikuwa unakauka.

18. Kiboko mdogo alijisikia mnyonge.

19. Kakiboko aliamua kuchukua hatua.

20. Alikwenda kwa wanyama wengine.

21. Aliomba msaada kwa wanyama wengine.

22. Kiboko mdogo alitaka kuzuia upotevu wa maji.

23. Pamoja Kakiboko na wanyama wengine waliamua kutafuta suluhisho.

24. Walijenga mabwawa ili kuzuia maji.

25. Walichimba mashimo marefu ili kukusanya maji ya mvua.

26. Walipanda miti ili kubaskisha unyevu kwenye udongo.

27. Hatimaye, mvua iliyotamaniwa ilinyesha.

28. Mawingu yalifunguka na mvua ilianza kunyesha.

29. Kiboko mdogo alifurahi mno!

30. Mto ulijaa maji tena.

31. Bwawa lilisaidia kukusanya maji.

32. Katika mashimo maji ya mvua yalikusanyika.

33. Chini ya kivuli cha miti maji yalibaki katika mashimo kwa muda mrefu.

33. Die Tiere konnten lange von dem Wasser trinken und dort baden.

34. Der Fluss trocknete nicht mehr aus.

35. Das kleine Nilpferd war stolz auf sich und seine Freunde.

36. Sie hatten gemeinsam die Umwelt gerettet.

37. Von diesem Tag an versprach Kakiboko, immer auf die Umwelt zu achten und sie zu schützen.

38. Und so lebte das kleine Nilpferd glücklich und zufrieden in Tansania, umgeben von einer heilen Natur und vielen fröhlichen Tieren.

33. Wanyama walikuwa na uwezo wa kunywa maji na kuoga kwa muda mrefu huko.

34. Mto haukukauka tena.

35. Kiboko mdogo alijivunia yeye na marafiki zake.

36. Walikuwa wameokoa mazingira kwa pamoja.

37. Tangu siku hiyo Kakiboko aliahidi kuheshimu na kulinda mazingira daima.

38. Na hivyo Kiboko mdogo aliishi maisha ya furaha na kuridhika nchini Tanzania akiwa amezungukwa na mazingira halisi na wanyama wengi wenye furaha.

Effa der Schimpanse und sein Freund der Vogel

1. Es war einmal ein kleiner Schimpanse in Tansania.

2. Sein Name war Effa.

3. Effa lebte im dichten Dschungel und war sehr neugierig.

4. Jeden Tag erkundete er den Wald und entdeckte neue Dinge.

5. Eines Tages hörte Effa ein seltsames Geräusch.

6. Er folgte dem Klang und fand einen verletzten Vogel.

7. Der Vogel hatte sich einen Flügel gebrochen und konnte nicht fliegen.

8. Effa fühlte Mitgefühl und beschloss, ihm zu helfen.

9. Er suchte nach einem Ast und baute einen kleinen Unterschlupf für den Vogel.

10. Effa brachte ihm auch Früchte zum Essen.

11. Der Vogel war sehr dankbar und gab Effa einen neuen Namen: Kleiner Held.

12. Kleiner Held und der Vogel wurden beste Freunde.

13. Sie verbrachten viel Zeit zusammen und erzählten sich verschiedene Geschichten.

14. Effa lernte viel über die verschiedenen Vögel im Dschungel und der Vogel erzählte ihm von seinen Reisen.

Sokwe Effa na rafiki yake ndege

1. Hapo zamani za kale kulikuwa na sokwe mdogo nchini Tanzania.

2. Jina lake lilikuwa Effa.

3. Effa alikuwa anaishi katika msitu mkubwa na alikuwa na shauku kubwa ya kujua vitu vipya.

4. Kila siku, alikuwa akichunguza msitu na kugundua vitu vipya.

5. Siku moja Effa alisikia sauti ya ajabu.

6. Alifuata sauti hiyo na akakuta ndege mwenye jeraha.

7. Ndege huyo alikuwa amevunjika bawa na hakuweza kuruka.

8. Effa alihisi huruma na akaamua kumsaidia.

9. Alitafuta tawi na akajenga kibanda kidogo kwa ajili ya ndege.

10. Effa pia alimletea matunda ya kula.

11. Ndege huyo alikuwa na shukrani sana na akampa Effa jina jipya: Shujaa mdogo.

12. Shujaa mdogo na ndege wakawa marafiki wazuri sana.

13. Walishinda pamoja muda mwingi na kusimuliana hadithi mbalimbali.

14. Effa alijifunza mengi kuhusu ndege mbalimbali katika msitu na ndege alimwambia kuhusu safari zake.

15. Mit der Zeit heilte der Flügel des Vogels und er konnte wieder fliegen.

16. Er war sehr glücklich und Effa sehr, sehr dankbar.

17. Effa war stolz auf sich selbst und seinen neuen Namen: Kleiner Held.

18. Er hatte nicht nur einem verletzten Vogel geholfen, sondern auch einen sehr guten Freund gefunden.

19. Endlich konnte der Vogel wieder auf Reisen gehen.

20. Er versprach Kleiner Held immer zu besuchen und ihm von seinen Reisen zu erzählen.

21. Und wirklich: Jedes Jahr flog der Vogel weit, weit weg und kam im nächsten Jahr in den Dschungel nach Tansania zurück.

22. Und jedes Jahr hatten beide neuen Geschichten zu erzählen.

23. Von diesem Tag an wusste Kleiner Held, dass es wichtig war, anderen zu helfen und Mitgefühl zu zeigen.

24. Und so lebte kleiner Held glücklich und zufrieden im Dschungel von Tansania, immer bereit, anderen Tieren zu helfen.

15. Bawa ya ndege lilipona polepole na akaweza kuruka tena.

16. Alikuwa na furaha sana na shukrani sana kwa Effa.

17. Effa alijivunia sana na alifurahia jina lake jipya: Shujaa mdogo.

18. Siyo kwamba alisaidia ndege mwenye jeraha tu, bali alikuwa amepata rafiri mzuri sana.

19. Hatimaye, ndege aliweza kwenda safarini tena.

20. Alimwahidia Shujaa mdogo kuwa daima atamtembelea na kumhadihia kuhusu safari zake.

21. Na kweli: Kila mwaka ndege aliruka mbali sana na kurejea msituni Tanzania mwaka ujao.

22. Na kila mwaka wote wawili walikuwa na hadihi ya kusumulia.

23. Tangu siku hiyo Shujaa mdogo alijua umuhimu wa kuwasaidia wengine na kuwa na huruma.

24. Na hivyo Shujaa mdogo aliishi maisha yenye furaha na kuridhika katika msitu wa Tanzania, daima tayari kusaidia wanyama wengine.

Der Löwe Luka und seine Freunde die Affen

1. Es war einmal ein kleiner Löwe in Tansania.

2. Sein Name war Luka.

3. Er lebte in der weiten Savanne, umgeben von hohen Gräsern und großen Bäumen.

4. Jeden Tag erkundete er das Revier seiner Familie und spielte mit seinen Geschwistern.

5. Der kleine Löwe war mutig und abenteuerlustig.

6. Er hatte den Mut, neue Gebiete zu erkunden und lernte dabei viele andere Tiere kennen.

7. Er traf auf freundliche Giraffen, schnelle Geparden und gemütliche Elefanten.

8. Der kleine Löwe hatte auch eine besondere Fähigkeit: Er konnte sehr, sehr gut klettern.

9. Er erklomm Bäume und genoss die Aussicht von oben.

10. Von dort aus konnte er die weite Landschaft bewundern und seine Freunde in der Ferne sehen.

11. Eines Tages traf der kleine Löwe auf eine Gruppe von Affen.

12. Sie waren verspielt.

13. Sie ärgerten ihn ein wenig.

Simba Luka na marafiki zake nyani

1. Hapo zamani za kale kulikuwa na simba mdogo nchini Tanzania.

2. Jina lake lilikuwa Luka.

3. Aliishi katika savana kubwa iliyozungukwa na nyasi ndefu na miti mikubwa.

4. Kila siku alichunguza eneo la familia yake na kucheza na ndugu zake.

5. Simba mdogo alikuwa shujaa na mwenye kiu ya kujaribu mambo mapya.

6. Alikuwa na ujasiri wa kuchunguza maeneo mapya na alikutana na wanyama wengi wengine.

7. Alikutana na twiga wenye upendo, duma wenye kasi na tembo wenye utulivu.

8. Simba mdogo pia alikuwa na uwezo maalum: alijua sana, sana kupanda miti.

9. Aliweza kupanda miti na kufurahia mandhari kutoka juu.

10. Kutoka hapo aliweza kushangaa mandhari pana na kuona marafiki zake kwa mbali.

11. Siku moja simba mdogo alikutana na kikundi cha nyani.

12. Walikuwa wanapenda kucheza.

13. Walimchokoza kidogo.

14. Doch der kleine Löwe war ihnen nicht böse.

15. Er spielte mit den Affen und zeigte ihnen seine Kletterkünste.

16. Die kleinen Affen bewunderten den kleinen Löwen für seinen Mut.

17. Sie schätzten seine Gesellschaft.

18. Gemeinsam erkundeten sie die Savanne und schufen unvergessliche Erinnerungen.

14. Lakini simba mdogo hakuwadharau.

15. Alicheza na nyani na kuwaonyesha ujuzi wake wa kupanda miti.

16. Nyani wadogo walimshangaa simba mdogo kwa ujasiri wake.

17. Walithamini kuwa pamoja naye.

18. Pamoja walichunguza savana na kuunda kumbukumbu zisizosahaulika.

Der Löwe Basim der schwimmen konnte

1. Es war einmal ein kleiner Löwe in Tansania.

2. Der Löwe hieß Basim.

3. Basim lebte mit seiner Mutter und seinem Vater in der Savanne.

4. Jeden Tag spielte Basim mit seinen Freunden, den Zebras und Giraffen.

5. Jedes Mal freuten sie sich sehr.

6. Eines Tages wollte der kleine Löwe etwas Neues entdecken.

7. Er wollte nicht immer nur in der Savanne bleiben.

8. Also beschloss er, den Fluss zu erkunden.

9. Basim ging zum Ufer und schaute ins Wasser.

10. Er sah viele Fische schwimmen.

11. Sie waren bunt und schwammen schnell.

12. Der kleine Löwe hatte eine Idee.

13. Er wollte die Fische fangen und mit ihnen spielen.

14. Basim stürzte sich ins Wasser und schwamm so schnell er konnte.

15. Aber die Fische waren viel schneller als er.

16. Sie waren einfach zu flink.

Simba Basim aliyejua kuogelea

1. Hapo zamani za kale kulikuwa na simba mdogo Tanzania.

2. Simba huyo aliitwa Basim.

3. Basim aliishi na mama yake na baba yake katika savana.

4. Kila siku, Basim alicheza na marafiki zake, punda milia na twiga.

5. Kila mara walifurahi sana.

6. Siku moja simba mdogo alitaka kugundua kitu kipya.

7. Hakutaka tu kuishi katika savana daima.

8. Hivyo akaamua kuchunguza mto.

9. Basim alikwenda ufukweni na kutazama maji.

10. Aliona samaki wengi wakiogelea.

11. Walikuwa na rangi mbali mbail na kuogelea mbiombio.

12. Simba mdogo alipata wazo.

13. Alitaka kuwakamata samaki na kucheza nao.

14. Basim alijitupa majini na kuogelea kwa kasi kadri awezavyo.

15. Lakini samaki walimzidi kwa mwendo mkubwa.

16. Walikuwa wepesi sana.

17. Basim gab nicht auf.

18. Er versuchte es noch einmal und noch einmal.

19. Aber jedes Mal waren die Fische flinker.

20. Traurig kam der kleine Löwe aus dem Wasser und dachte nach.

21. Er wollte so gerne mit den Fischen spielen, aber es klappte einfach nicht.

22. Da sah er plötzlich einen großen Stein im Wasser unter einem Baum mit vielen Früchten.

23. Die Fische schwammen neugierig um den Stein herum.

24. Sie warteten, dass die Früchte vom Baum fielen um sie zu fressen.

25. Basim hatte eine neue Idee.

26. Er kletterte auf den Stein und wartete.

27. Plötzlich sprang Basim mit viel Kraft in die Luft und landete genau auf einem Fisch.

28. Diesmal hatte er einen gefangen!

29. Die anderen Fische schwammen schnell weg.

30. Vor Schreck schwamm der Fisch erst schnell nach rechts, dann schnell nach links.

31. Basim hatte seinen Spaß.

17. Basim hakukata tamaa.

18. Alijaribu tena na tena.

19. Lakini kila mara samaki walikuwa wepesi zaidi.

20. Kwa huzuni simba mdogo alitoka majini na kufikiri.

21. Alitamani sana kucheza na samaki, lakini haikuwezekana.

22. Ghafla, aliona jiwe kubwa majini chini ya mti wenye matunda mengi.

23. Samaki walikuwa wakizunguka jiwe hilo kwa shauku.

24. Walisubiri matunda yaanguke kutoka mtini ili waweze kuyala.

25. Basim alipata wazo jipya.

26. Alipanda juu ya jiwe na kusubiri.

27. Ghafla Basim aliruka juu kwa nguvu na kutua moja kwa moja kwenye samaki.

28. Mara hii alimkamata mmoja!

29. Samaki wengine waliogelea haraka kwenda mbali.

30. Kwa hofu samaki huyo aliogelea kwa kasi kwenda kulia, kisha kwa kasi kwenda kushoto.

31. Basim alifurahia sana.

32. Dann merkte der Fisch, dass Basim ihm nichts böses wollte.

33. Gemeinsam schwamm er mit Basim durch den Fluss.

34. Der kleine Löwe spielte mit seinem neuem Freund dem Fisch und tobte ausgelassen im Wasser herum.

35. Als er genug gespielt hatte, verabschiedete er sich von seinem neuen Freund dem Fisch.

36. Bevor er nach hause ging, schüttelte Basim den Baum.

37. Viele Früchte vielen in den Fluss.

38. Kein Fisch musste an diesem Abend hungrig schlafen gehen.

39. Basim war glücklich und stolz auf sich selbst.

40. Basim hatte etwas Neues entdeckt und gezeigt, dass er mutig und schlau war.

41. Er lächelte und wusste, dass er noch viele Abenteuer in seinem Leben erleben wird.

32. Kisha samaki akagundua kuwa Basim hakumtakia vibaya.

33. Pamoja aliogelea na Basim mtoni.

34. Simba mdogo alicheza na rafiki yake mpya, samaki, na kucheza majini kwa furaha.

35. Baada ya kucheza kwa kutosha alimwaga rafiki yake mpya samaki.

36. Kabla ya kurudi nyumbani, Basim alitikisa mti.

37. Matunda mengi yalidondoka mtoni.

38. Hakuna samaki hata mmoja aliyelala njaa usiku huo.

39 Basim alifuraha na kujivunia nafsi yake.

40. Basim alikuwa amegundua kitu kipya na kuonyesha kuwa yeye ni shujaa na mwerevu.

41 Alitabasamu na kujua atakuwa na matukio ya kushangaa mengi zaidi maishani mwake.

Die Schildkröte Toto die Lali nach Hause half

1. Es war einmal eine kleine Schildkröte namens Toto.

2. Toto lebte im Indischen Ozean vor der Küste Tansanias.

3. Sie war neugierig und liebte es, neue Abenteuer zu erleben.

4. Eines Tages beschloss Toto, die Welt außerhalb ihres Korallenriffs zu erkunden.

5. Sie schwamm durch das klare Wasser und entdeckte bunte Fische und sehr schöne Korallen.

6. Toto war fasziniert von der Vielfalt der Lebewesen im Ozean.

7. Plötzlich hörte Toto ein leises Weinen.

8. Sie folgte dem Geräusch und fand eine kleine Schildkröte namens Lali.

9. Lali war weit weg von zu hause und hatte Angst.

10. Lali hatte den Weg nach Hause vergessen.

11. Toto beschloss, Lali zu helfen und Lali sicher nach Hause zu bringen.

12. Gemeinsam schwammen Toto und Lali durch das Meer.

13. Sie schwammen vorbei an großen Fischschwärmen und vielen anderen Meerestieren.

14. Sie trafen große und kleine Meerestiere.

Kombe Toto aliyesmaidia Lali kufika nyumbani kwake

1. Hapo zamani za kale kulikuwa na kobe mdogo aliyeitwa Toto.

2. Toto aliishi katika Bahari ya Hindi karibu na pwani ya Tanzania.

3. Alikuwa na shauku ya kujua vitu vipya na alipenda kushudia matukio mapya ya kushangaza.

4. Siku moja, Toto aliamua kuchunguza dunia nje ya miamba yake ya matumbawe.

5. Aliogelea katika maji safi na akagundua samaki wenye rangi mbalimbali na matumbawe mazuri sana.

6. Toto alivutiwa na aina mbalimbali za viumbe baharini.

7. Ghafla Toto alisikia kilio kidogo.

8. Alifuata sauti hiyo na akakutana na kobe mdogo aliyeitwa Lali.

9. Lali alikuwa mbali sana na nyumbani na alikuwa na hofu.

10. Lali alisahau njia ya kurudi nyumbani.

11. Toto aliamua kumsaidia Lali na kumpeleka nyumbani salama.

12. Pamoja Toto na Lali waliogelea baharini.

13. Walipita makundi makubwa ya samaki na viumbe wengine wa baharini.

14. Wlikutana na wanyama wa baharini wakubwa na wadogo.

15. Sie überwanden Hindernisse und halfen einander, wenn einer von ihnen müde wurde.

16. Nach vielen Abenteuern erreichten Toto und Lali schließlich das Korallenriff, das Lalis Zuhause war.

17. Lali war sehr, sehr glücklich und dankbar für Totis Hilfe.

18. Die beiden Schildkröten wurden beste Freunde und versprachen einander, sich immer zu unterstützen.

19. Toto kehrte zu ihrem eigenen Korallenriff zurück, aber sie vergaß nie die Erkenntnis, die sie durch die Reise mit Lali gesammelt hatte.

20. Sie erkannte, dass Freundschaft und Zusammenarbeit wichtig sind, um Hindernisse zu überwinden und neue Welten zu entdecken.

15. Walivuka vikwazo na kusaidiana wakati mmoja wao alipochoka.

16. Baada ya matukio ya kushangaa mengi, hatimaye Toto na Lali walifika kwenye miamba ya matumbawe ambayo ilikuwa nyumbani ya Lali.

17. Lali alikuwa mwenye furaha sana na shukrani kwa msaada wa Toto.

18. Kobe hawa wawili walijenga urafiki na kuwa marafiki wazuri na wakaahidiana kusaidiana daima.

19. Toto alirudi kwenye miamba yake ya matumbawe, lakini hakusahau ujuzi alioupata kutokana na safari na Lali.

20. Alitambua kuwa urafiki na ushirikiano ni muhimu katika kuvuka vikwazo na kugundua ulimwengu mpya.

Wie das kleine Küken seine Mama verlor

1. Es war einmal ein kleines Küken namens Kipenzi.

2. Kipenzi wohnte in einer Stadt in Tansania.

3. Das Leben in der Stadt war aufregend und jeden Tag passierte etwas Neues.

4. Jeden Morgen, wenn die Sonne aufging, begleitete Kipenzi seine Mutter auf den Markt.

5. Dort gab es viele leckere Früchte und buntes Gemüse.

6. Kipenzi liebte es, die vielen Farben zu sehen und die verschiedenen Gerüche zu riechen.

7. Eines Tages, als Kipenzi und seine Mutter auf dem Markt waren, hörten sie Musik.

8. Sie folgten der Musik und kamen zu einer großen Feier.

9. Es war ein Fest in der Stadt!

10. Bunte Wagen und fröhliche Menschen zogen an ihnen vorbei.

11. Kipenzi freute sich sehr, dass es anfing zu hüpfen und zu tanzen.

12. Es wollte unbedingt an der Feier teilnehmen.

Jinsi kifaranga mdogo alivyopoteza mama yake

1. Hapo zamani za kale kulikuwa na kifaranga mdogo aliyeitwa Kipenzi.

2. Kipenzi aliishi katika mji mmoja nchini Tanzania.

3. Maisha katika mji huo yalikuwa ya kusisimua na kila siku kulitokea jambo jipya.

4. Kila asubuhi, jua likichomoza, Kipenzi alimshindikiza mama yake kwenda sokoni.

5. Sokoni kulikuwa na matunda mengi matamu na mboga za rangi tofauti.

6. Kipenzi alipenda kuona hizo rangi mbalimbali na kunusa harufu tofauti.

7. Siku moja, Kipenzi na mama yake walipokuwa sokoni, waliskia muziki.

8. Walifuata muziki huo na kufika kwenye hafla kubwa.

9. Kulikuwa na sherehe mjini!

10. Magari yenye rangi nyingi na watu wenye furaha walipita mbele yao.

11. Kipenzi alifurahi sana hivi kwamba akaanza kuruka na kucheza.

12. Alitamani sana kushiriki katika hafla hio.

13. Es verließ seine Mutter und schloss sich der Gruppe der Menschen an.

14. Das kleine Küken hüpfte von einem Bein auf das andere und sang laut mit.

15. Die Menschen lachten und tanzten mit Kipenzi.

16. Es fühlte sich so glücklich und frei.

17. Als die Parade zu Ende war, merkte Kipenzi plötzlich, dass es seine Mutter nicht mehr finden konnte.

18. Es wurde ängstlich und begann nach ihr zu suchen.

19. Es lief von einer Straße zur anderen, aber seine Mutter war nirgendwo zu sehen.

20. Schließlich traf Kipenzi einen netten Polizisten.

21. Es erzählte ihm von seiner verlorenen Mutter.

22. Der Polizist nahm Kipenzi bei der Hand und brachte es zur Polizeistation.

23. Dort gab es viele freundliche Menschen, die Kipenzi halfen.

24. Sie riefen seine Mutter an und sagten ihr, wo sie ihr verlorenes Küken abholen konnte.

25. Als Kipenzis Mama in der Polizeistation ankam, konnten sie sich endlich wieder in die Arme schließen.

13. Alijitenga na mama yake na kujiunga na kikundi cha watu.

14. Kifaranga huyu mdogo aliruka kutoka mguu mmoja hadi mwingine na kuimba kwa sauti kubwa.

15. Watu walicheka na kucheza pamoja na Kipenzi.

16. Alijisikia furaha na uhuru.

17. Baada ya maandamano kumalizika, ghafla Kipenzi aligundua kwamba hakuweza tena kumwona mama yake.

18. Alikuwa na hofu na akaanza kumtafuta.

19. Alikimbia kutoka mtaa moja hadi nyingine, lakini mama yake hakuonekana popote.

20. Hatimaye, Kipenzi alikutana na afisa wa polisi mwenye upole.

21. Alimwambia kuhusu mama yake aliyepotea.

22. Afisa wa polisi alishika mkono wa Kipenzi na kumpeleka kituo cha polisi.

23. Huko kulikuwa na watu wengi wema ambao walimsaidia Kipenzi.

24. Walimpigia simu mama yake na kumwambia wapi angeweza kupata kifaranga wake aliyepotea.

25. Mama yake Kipenzi alipofika kituo cha polisi hatimaye wakaweza kukumbatiana tena.

26. Sie waren so glücklich, sich wiedergefunden zu haben.

27. Kipenzi versprach, nie wieder seine Mama alleine zu lassen.

28. Zum Glück hatte sich Kipenzi die Telefonnummer seiner Mutter gemerkt.

29. Von diesem Tag an war Kipenzi vorsichtiger und blieb immer in der Nähe seiner Mama.

30. Es lernte, dass Abenteuer Spaß machen können, aber es auch wichtig ist aufzupassen.

31. Und so lebten Kipenzi und seine Mama glücklich und zufrieden in ihrer Stadt in Tansania.

26. Walikuwa na furaha sana kwa kuwa wamepatana tena.

27. Kipenzi aliahidi kamwe tena kutomwacha mama yake akiwa peke yake.

28. Kwa bahati mzuri Kipenzi alihifadhi namabari ya simu ya mama yake moyoni.

29. Tangu siku hiyo, Kipenzi alikuwa mwangalifu zaidi na daima alibaki karibu na mama yake.

30. Alijifunza kwamba matukio ya kushangaa yanaweza kuwa na furaha, lakini pia ni muhimu kuwa na tahadhari.

31. Na hivyo Kipenzi na mama yake waliishi kwa furaha na karidhika katika mji wao nchini Tanzania.

Der Leopard der wie ein Affe springen konnte

1. Es war einmal in Tansania ein kleiner Leopard namens Leonardi.

2. Er wuchs im Serengeti-Nationalpark auf.

3. Leonardi war neugierig und wollte immer etwas Neues lernen.

4. Eines Tages unternahm Leonardi eine weite Wanderung und erreichte den Ngorongoro Krater.

5. Dort sah er viele andere Tiere, die friedlich zusammenlebten.

6. Giraffen mit ihrem langen Hals, Zebras mit ihren wunderbaren Streifen und Elefanten mit ihren großen Stoßzähnen.

7. Leonardi fühlte sich einsam, weil er niemanden hatte, der seine Fähigkeiten als Leopard bewunderte.

8. Er beschloss, etwas Neues zu lernen, damit die anderen Tiere auch ihn bewunderten.

9. Leonardi beobachtete die Affen, wie sie geschickt von Baum zu Baum sprangen.

10. Er dachte: "Ich kann das auch lernen, dann werde ich den anderen Tieren meine Geschicklichkeit zeigen!"

11. So übte Leonardi, wie die Affen zu springen.

12. Er sprang von Ast zu Ast.

Chui aliyejua kuruka kama nyani

1. Hapo zamani za kale nchini Tanzania kulikuwa na chui mdogo aliyeitwa Leonardi.

2. Aliishi katika hifadhi ya Serengeti.

3. Leonardi alikuwa na shauku ya kujua vitu vipya na kutaka kujifunza vitu vipya daima.

4. Siku moja Leonardi aliamua kufanya safari ndefu na kufika kwenye mlipuko wa Ngorongoro.

5. Kule alikutana na wanyama wengine wengi walioishi pamoja kwa amani.

6. Twiga wenye shingo ndefu, pundamilia wenye mistari mizuri, na tembo wenye pembe kubwa.

7. Leonardi alihisi peke yake kwa sababu hakukuwa na mwingine alyemshangilia yeye kwa uwezo wake kama chui.

8. Akaamua kujifunza kitu kipya ili wanyama wengine kumfagila na yeye.

9. Leonardi alitazama nyani wakiruka kwa ustadi kutoka mti hadi mti.

10. Akawaza: "Naweza kujifunza hilo pia, kisha nitawaonyesha wanyama wengine ustadi wangu!"

11. Hivyo Leonardi akaanza mazoezi ya kuruka kama nyani.

12. Aliruka kutoka tawi hadi tawi.

13. Bald konnte er wie ein Affe springen.

14. Eines Tages kam ein kleines Erdmännchen namens Timon auf Leonardi zu.

15. Timon wollte wissen, was Leonardi gelernt hatte.

16. Leonardi erzählt von seiner Fähigkeit zu springen und sprang von einem Baum zum anderen.

17. Timon staunte und sagte:

18. "Leonardi, du bist wirklich unglaublich!

19. Ich frage mich, wie du das gelernt hast!"

20. Simba lächelte und erklärte:

21. "Ich habe es von den Affen gelernt.

22. Jetzt kann ich genauso gut springen wie sie!"

23. Timon zeigte Leonardi den Ort an dem er wohnte.

24. Er wohnte an einem Ort unter der Erde, der von den Schlangen nicht erreicht werden konnte.

25. Er sagte:

26. "Leonardi, könntest du uns helfen, damit die Schlangen nicht das Zuhause meiner Freunde erreichen?

27. Deine Fähigkeit zu Springen wird sehr hilfreich!"

28. Leonardi freute sich über die Idee, anderen zu helfen.

13. Baada ya muda mfupi alijua kuruka kama nayni.

14. Siku moja nguchiro aliyeitwa Timon alimkaribia Leonardi.

15. Timon alitaka kujua Leonardi alijifunza nini.

16. Leonardi alimwambia kuhusu uwezo wake wa kuruka na akaruka kutoka mti mmoja hadi mwingine.

17. Timon alishangaa na akasema:

18. "Leonardi, wewe kweli ni wa kushangaza sana!

19. Ninajiuliza ulijifunza vipi hilo!"

20. Simba akatabasamu na kueleza:

21. "Nilijifunza kutoka kwa nyani.

22. Sasa naweza kuruka vizuri kama wao!"

23. Timon akamwonyesha Leonardi mahali alipoishi.

24. Aliishi chini ya ardhi, pahali ambapo nyoka hawakuweza kufika.

25. Akasema:

26. "Leonardi, je, unaweza kutusaidia kuwazuia nyoka ili wasifike nyumbani ya marafiki zangu?

27. Uwezo wako wa kuruka utasaidia sana!"

28. Leonardi alifurahi juu ya wazo la kusaidia wengine.

29. Er stimmte zu und sprang von Baum zu Baum, um die Schlangen zu vertreiben.

30. Mit seiner Geschicklichkeit und Schnelligkeit war er ein großer Schutz für das kleine Erdmännchen und seine Freunde.

31. Von diesem Tag an respektierten die anderen Tiere Leonardi und bewunderten seine Fähigkeiten.

32. Simba war stolz darauf, etwas Neues gelernt zu haben und anderen helfen zu können.

33. Die Geschichte von Leonardi und seinen Hilfsbereitschaft verbreitete sich im ganzen Dschungel.

34. Andere Tiere kamen zu ihm und baten um seine Hilfe.

35. Leonardi fand seine Berufung darin, anderen zu helfen.

36. Und so lebte der kleine Leopard Leonardi glücklich.

37. Er freute sich über seine Aufgabe als Beschützer und Helfer der anderen Tiere.

29. Alikubali na akaanza kuruka kutoka mti hadi mti kuwafukuza nyoka.

30. Ustadi na haraka yake ulikuwa ulinzi mkubwa kwa nguchiro mdogo na marafiki zake.

31. Tangu siku hiyo, wanyama wengine walimheshimu Leonardi na kumshangilia kwa uwezo wake.

32. Simba alijivunia kujifunza kitu kipya na kuweza kuwasaidia wengine.

33. Hadithi ya Leonardi na ukarimu wake ilienea kote msituni.

34. Wanyama wengine walikuja kwake na kumwomba msaada wake.

35. Leonardi aligundua wito wake wa kuwasaidia wengine.

36. Na hivyo chui mdogo Leonardi aliishi kwa furaha.

37. Alifurahi juu ya jukumu lake kuwa mlinzi na msaidizi wa wanyama wengine.

Der Elefant der den Menschen half

1. Es war einmal ein kleines Dorf, in dem waren die Menschen sehr arm.

2. Jeden Tag hatten sie große Schwierigkeiten, ihr tägliches Brot zu verdienen und ihre Familien zu versorgen.

3. Eines Tages geschah etwas Ungewöhnliches.

4. Ein Elefant kam in das Dorf.

5. Dieser Elefant war nicht wie die anderen Elefanten.

6. Er hatte keine Angst vor den Menschen.

7. Langsam und friedlich ging er in das Dorf bis er den Markt erreichte.

8. Die Dorfbewohner waren erstaunt.

9. Vor Angst vor dem großen Elefanten versteckten sich die Dorfbewohner in ihren Häusern.

10. Ein junger Mann war sehr mutig.

11. Sein Name war Jusuf.

12. Mit seinem Mut ging er zu dem Elefanten.

13. Er sagt zu dem Elefanten:

14. "Lieber Elefant, wir brauchen Hilfe.

15. Wir arbeiten hart.

16. Schau unsere Felder.

Tembo aliyewasaidia watu

1. Hapo zamani za kale kulikuwa na kijiji kidogo ambapo watu walikuwa maskini sana.

2. Kila siku walikuwa na shida kubwa za kupata riziki yao ya kila siku na kuwatunza familia zao.

3. Siku moja kitu kisichokuwa cha kawaida kilitokea.

4. Tembo mmoja alikuja kijijini.

5. Tembo huyu hakuwa kama tembo wengine.

6. Hakuwaogopa watu.

7. Kwa utulivu na amani aliingia kijijini mpaka alipofika sokoni.

8. Wanakijiji walishangaa.

9. Kwa kumwogopa tembo mkubwa wanakijiji walijificha nyjumbani kwao.

10. Kijana mmoja alikuwa shujaa sana.

11. Jina lake lilikuwa Jusufu.

12. Kwa ujasiri wake alikwenda kwa tembo huyo.

13. Alimwambia tembo:

14. "Mpendwa tembo, tunahitaji msaada.

15. Tunafanya kazi kwa bidii.

16. Angalia mashamba yetu.

17. Jeden Tag arbeiten wir dort.

18. Aber trotzdem bleiben wir arm.

19 Kannst du uns helfen?"

20. Der Elefant nickte verständnisvoll und sprach sanft:

21. "Ich werde euch helfen, aber ihr müsst mir helfen, euch zu helfen.

22. Jeder von euch soll mir einen Wunsch nennen, aber bedenkt, dass ich nur das tun kann, was in meiner Macht steht."

23. Die Dorfbewohner begannen, ihre Wünsche zu äußern.

24. Einige wünschten sich mehr Land, um mehr Nahrung anzubauen.

25. Andere wollten Werkzeuge um Handwerker:innen zu werden.

26. Der Elefant hörte geduldig zu und setzte all seine Kräfte ein, um die Wünsche zu erfüllen.

27. Mit seinem langen Rüssel pflügte er das Land um und bereitete es für den Anbau vor.

28. Mit seinen kräftigen Beinen trug er neue Werkzeuge zu den Dorfbewohner:innen.

29. Schließlich war das Dorf nicht mehr arm, sondern voller Gesundheit, Wohlstand und Freude.

17. Kila siku tunafanya kazi huko.

18. Lakini bado tumeendelea kuwa maskini.

19. Je, unaweza kutusaidia?"

20. Tembo akakubali kwa kuelewa na akasema kwa upole:

21. "Nitawasaidia, lakini lazima mnisaidie niwasaidie.

22. Kila mmoja wenu anapaswa kuomba pendekezo moja, lakini kumbukeni kuwa naweza kufanya tu kile ambacho nina uwezo wa kufanya."

23. Wanakijiji walianza kutoa mapendekezo yao.

24. Baadhi yao waliomba ardhi zaidi ili waweze kulima chakula zaidi.

25. Wengine walitaka zana za ufundi ili waweze kuwa mafundi.

26. Tembo huyo aliwasikiliza kwa uvumilivu na akatumia nguvu zake zote kutimiza mapendekezo hayo.

27. Kwa mkonga wake mrefu aliplau ardhi na kuifanya iwe tayari kwa kilimo.

28. Kwa miguu yake yenye nguvu aliwapelekea wanakijiji zana mpya.

29. Hatimaye kijiji hakikuwa maskini tena, bali kilijaa afya, utajiri na furaha.

30. Die Menschen waren dem Elefanten dankbar für seine Unterstützung.

31. Doch der Elefant blieb bescheiden.

32. Er erklärte ihnen:

33. "Es sind Eure Wünsche die Euch stark gemacht haben.

34. Ihr habt nicht um Ernte gebeten, sondern um Land um Euch selbst zu versorgen.

35. Ihr habt um Werkzeug gebeten, um mit Euren Händen Neues zu schaffen.

36. Ihr wolltet keinen Fisch, sondern Fischen!

37. Ich bin ein Elefant, Fischen kann und will ich nicht, doch ich freue mich Fischer:innen ihre Boote zum Fluss zu tragen, diese Stärke bringe ich gerne auf.

38. Euere Wünsche und Eure Ziele haben euch geholfen aus der Armut. "

39. Die Geschichte von den Wünschen der Menschen und der Hilfe des Elefanten verbreitete sich bald im ganzen Land.

40. Sie half andere Gemeinschaften über ihre eigenen Wünsche anzusprechen und nach Wegen zu suchen, um ihre Schwierigkeiten gemeinsam zu überwinden.

30. Watu walimshukuru tembo kwa msaada wake.

31. Lakini tembo huyo alibaki mnyenyekevu.

32. Aliwaelezea:

33. "Ni mapendekezo yenu yaliyowafanya nyiyi kuwa na nguvu.

34. Hamkuomba mavuno, bali ardhi ili muweze kujilisha wenyewe.

35. Mliomba zana za kufanya kazi ili muweze kuunda vitu vipya kwa mikono yenu.

36. Hamkutaka samaki, bali kuvuna samaki!

37. Mimi ni tembo, sina uwezo wala hamu ya kuvua samaki, lakini ninafurahi kusaidia wavuvi kubeba mashua zao kwenda mtoni, nguvu hii ninatumia kwa furaha.

38. Mapendekezo yenu na malengo yenu yamewasaidia kujitoa katika umaskini.

39. Hadithi ya mapendekezo ya watu na msaada wa tembo ilienea haraka katika nchi nzima.

40. Ilisaidia jamii nyingine kuzungumzia juu ya mapendekezo yao na kutafuta njia za kushinda changamoto zao kwa pamoja.

Der kleine Büffel der die Löwen vertrieb

1. Es war einmal in Tansania ein kleiner Büffel.

2. Er lebte in einer Herde, die in der Savanne umherzog.

3. Der kleine Büffel war mutig und neugierig.

4. Eines Tages bemerkte er, dass seine Herde von gefährlichen Feinden bedroht wurde.

5. Hungrige Löwen lauerten in der Nähe und warteten nur darauf, den schwächsten Büffel zu erhaschen.

6. Jeden Abend brüllten die Löwen und riefen:

7. „Uns gehört die Savanne!"

8. Der kleine Büffel hatte eine Idee.

9. Er beschloss, seinen Freunden zu helfen und den Löwen die Stirn zu bieten.

10. Mutig ging er auf die Löwen zu und zeigte ihnen, dass er keine Angst hatte.

11. Die Löwen staunten über die Tapferkeit des kleinen Büffels.

12. Sie hatten erwartet, dass er vor ihnen davonlaufen würde.

13. Doch der kleine Büffel stand fest und ließ sich nicht einschüchtern.

14. Kein kleiner Büffel hatte so etwas zuvor je getan.

Nyati mdogo aliyewafukuza simba

1. Hapo zamani za kale kulikuwa na nyati mdogo Tanzania.

2. Aliishi katika kundi lililohama katika savana.

3. Nyati mdogo alikuwa shujaa na mwenye shauku ya kujua vitu vipya.

4. Siku moja aligundua kuwa kundi lake lilikuwa linatishiwa na maadui hatari.

5. Simba wenye njaa walikuwa wakisubiri karibu kumkamata nyati dhaifu zaidi ya wote wengine.

6. Kila jioni simba walikuwa wakipiga kelele na kusema:

7. "Savana ni yetu!"

8. Nyati mdogo alikuwa na wazo.

9. Aliamua kuwasaidia marafiki zake na kukabiliana na simba.

10. Kwa ujasiri alikwenda kwa simba na kuwaonyesha kuwa hakuwa na hofu.

11. Simba walishanga juu ya ujasiri wa nyati mdogo.

12. Walitarajia angekimbilia mbali.

13. Lakini nyati mdogo alisimama imara na hakuogopa.

14. Hakuna nyati mdogo aliyewahi kufanya hivyo hapo awali.

15. Verunsichert traten die Löwen einen Schritt zurück.

16. Die großen Büffel waren erstaunt und ermutigt.

17. Mehr und mehr schlossen zum kleinen Büffel auf.

18. Und erneut trat der kleine Büffel einige Schritte voraus und fing an kräftig zu trampeln.

19. Die Löwen waren überrascht von der Tapferkeit des kleinen Büffels.

20. Kein kleiner Büffel hatte so etwas zuvor je getan.

21. Verunsichert traten die Löwen drei weitere Schritte zurück.

22. Die großen Büffel kamen nahe zum kleinen Büffel heran.

23. Auch sie trampelten mit den Hufen.

24. Der kleine Büffel trat erneut hervor und sprach: Lasst uns in Ruhe!

25. LAUFT!!!

26. Dieser Teil der Savanne gehört uns."

27. Der kleine Büffel sprang auf die Löwen zu.

28. Er sprang, einmal, zweimal dreimal.

29. Alle Büffel machten es ihn nach.

.

15. Kwa kuwa na mashaka simba walirudi nyuma hatua moja.

16. Nyati wakubwa walishangaa na kuhamasishwa.

17. Zaidi na zaidi walijiunga na nyati mdogo.

18. Na tena, nyati mdogo alisonga mbele na kuanza kukanyaga ardhi kwa miguu.

19. Simba walishangaa juu ya ujasiri wa nyati mdogo.

20. Hakuna nyati mdogo aliyewahi kufanya hivyo hapo awali.

21. Kwa kuwa na mashaka simba walirudi nyuma hatua tatu zaidi.

22. Nyati wakubwa walimkaribia nyati mdogo.

23. Pia walikanyaga ardhi kwa miguu yao.

24. Nyati mdogo alisonga mbele tena na kusema: "Tuacheni tuwe na amani!"

25. KIMBIENI!!!

26. Sehemu hii ya savana ni yetu."

27. Nyati mdogo aliruka kuelekea kwenye simba.

28. Aliruka, mara moja, mara mbili, mara tatu.

29. Nyati wote walimwiga.

30. Erschrocken und voller Angst liefen die Löwen davon.

31. Von diesem Tag an war der kleine Büffel sehr bekannt.

32. Er wurde von den anderen Büffeln bewundert.

33. Er half den anderen Büffeln zu verstehen, dass sie gemeinsam stark waren und die Löwen sie fürchteten.

24. So begann sich die Herde sich und bis zum heutigen Tag ihren Teil der Savanne zu verteidigen.

30. Kwa hofu na woga simba walikimbilia mbali.

31. Tangu siku hio nyati mdogo alikuwa maarufu sana.

32. Aliheshimiwa na nyati wengine.

33. Aliwasaidia nyati wengine kuelewa kwamba pamoja wana nguvu na simba wanawaogopa.

24. Hivyo kundi lilianza kujilnda pamoja na na sehemu yake ya savana hadi leo.

Wie die Ameise Kaduchu Gutes tat

1. Es war einmal eine kleine Ameise.

2. Ihr Name war Kaduchu.

3. Sie lebte in Tansania.

2. Kaduchu war eine Blattscheider-Ameise.

3. Sie war winzig und wurde oft von den anderen Tieren unterschätzt.

4. Doch Kaduchu hatte einen großen Traum.

5. Sie wollte Großes bewegen.

6. Sie wollte mehr Gutes tun, als es für eine so kleine Ameise üblich war.

5. Eines Tages entschied Kaduchu sich auf den Weg zu einem riesigen Baum zu machen.

6. Dieser Baum war so groß, dass die anderen Ameisen dachten, seine Blätter seien unerreichbar.

7. Aber Kaduchu ließ sich nicht abschrecken.

8. Sie kletterte den Baum hinauf und begann, mit all ihrer Kraft an einem Blatt zu ziehen.

9. Die anderen Insekten beobachteten Kaduchu und lachten.

10. "Was willst du denn mit diesem winzigen Blatt erreichen?", fragten sie.

Jinsi mchwa Kaduchu alivyotenda mema

1. Hapa zamani za kale kulikuwa na mchwa mdogo.

2. Aliitwa Kaduchu.

3. Aliishi Tanzania.

2. Kaduchu alikuwa mchwa anayekata majani.

3. Alikuwa mduchu na mara nyingi wanyama wengine walimdharau.

4. Lakini Kaduchu alikuwa na ndoto kubwa.

5. Alitaka kufanya mambo makubwa.

6. Alitaka kutenda mambo mwema kuliko kiasi kilicho kawaida kwa mdudu mdogo kama yeye.

5. Siku moja, Kaduchu aliamua kwenda kwenye mti mkubwa sana.

6. Mti huu ulikuwa mkubwa sana kiasi kwamba mchwa wengine walidhani majani yake hayafikiki.

7. Lakini Kaduchu hakukata tamaa.

8. Alianza kupanda mti huo na kuanza kuvuta kwa nguvu zake zote kwenye jani moja.

9. Wadudu wengine walimtazama Kaduchu na kumchekea.

10. "Unataka kufanya nini na jani dogo kama hilo?" walimwuliza.

11. Doch Kaduchu ließ sich nicht entmutigen.

12. Jedes mal wenn sie zog, bewegte sich das Blatt mehr und mehr.

13. Nach langer Anstrengung schaffte es Kaduchu, das Blatt vom Baum zu lösen.

14. Es fiel sanft zu Boden und landete vor den anderen Ameisen.

15. Jetzt war das Blatt gar nicht mehr so klein, wie es den Ameisen zuvor erschien, als es noch hoch oben im Baum hing.

16. Sie waren erstaunt über Kaduchus Kraft und Ausdauer.

17. Kaduchu hatte es geschafft so eine riesiges Blatt vom Baum herunterzuholen.

18. Auch sie fassten Mut.

19. Sie begannen auf den Baum zu kletterten um seine Blätter zu ernten.

20. Kaduchu jedoch war noch nicht zufrieden.

21. Sie wollte noch mehr Gutes tun.

22. Sie beobachtete die Landschaft und sah viel Müll in der Nähe eines Flusses.

23. Dieser Müll bedrohte die Tiere und die Natur um sie herum.

24. Kaduchu konnte nicht einfach tatenlos zusehen.

11. Lakini Kaduchu hakukata tamaa.

12. Kila alipovuta, jani lilianza kutikisika zaidi na zaidi.

13. Baada ya jitihada nyingi, Kaduchu alifanikiwa kuondoa jani kutoka kwenye mti.

14. Lilianguka kwa upole chini na kutua mbele ya mchwa wengine.

15. Sasa jani hilo halikuwa dogo tena kama walivyodhani mchwa wakati lilipokuwa juu ya mti.

16. Walishangaa nguvu na pumzi za Kaduchu.

17. Kaduchu alifanikiwa kuondoa jani kubwa kiasi hicho kutoka kwenye mti.

18. Na wao pia wakapata ujasiri.

19. Walianza kupanda mti huo ili kuvuna majani yake.

20. Hata hivyo, Kaduchu alikuwa hajaridhika bado.

21. Alikuwa anataka kufanya mema zaidi.

22. Aliangalia mazingira na akaona takataka nyingi karibu na mto.

23. Takataka hizi zilikuwa tishio kwa wanyama na mazingira yaliyowazunguka.

24. Kaduchu hakuweza kukaa kimya tu.

23. Sie organisierte all die anderen Ameisen und gemeinsam begannen sie, den Müll wegzuschaffen.

24. Die anderen Tiere sahen, wie hart Kaduchu und ihre Freunde arbeiteten, und beschlossen, ihnen zu helfen.

25. Am Ende war der Müll vollständig beseitigt und der Fluss wieder sauber.

26. Die Tiere dankten Kaduchu und ihrer starken Ameisenarmee für ihre Tapferkeit und ihr Engagement.

27. Von diesem Tag an war Kaduchu eine beliebte und respektierte Ameise.

28. Sie hatte bewiesen, dass Größe nicht immer entscheidend ist.

29. Wenn man nur genug Willen und Durchhaltevermögen hat, so kann man Großes erreichen.

30. Und so lebte Kaduchu glücklich und erfüllt.

31. Sie wusste, dass sie mehr Gutes tun konnte, als es alle je vermutet hätten.

23. Aliwaandaa mchwa wengine wote na pamoja walianza kuondoa takataka hizo.

24. Wanyama wengine waliona jinsi Kaduchu na marafiki zake walivyofanya kazi kwa bidii na wakaamua kuwasaidia.

25. Mwishowe takataka zote ziliondolewa na mto ukawa safi tena.

26. Wanyama walimshukuru Kaduchu na jeshi lake la mchwa wenye nguvu kwa ujasiri na juhudi zao.

27. Kutoka siku hiyo, Kaduchu alikuwa mchwa maarufu na mwenye heshima.

28. Alikuwa amethibitisha kwamba ukubwa sio jambo muhimu sana.

29. Inatosha ukiwa na nia na uvumilivu wa kutosha ili ufanikiwe na mambo makubwa.

30. Na hivyo Kaduchu aliishi maisha yenye furaha na kuridhika.

31. Alijua kwamba anaweza kutenda mema kuliko wengine walivyotarajia hata siku moja.

Wie die Hyäne frieden brachte

1. Es war einmal in Tansania eine kleine Hyäne namens Simba.

2. Simba war anders als die anderen Hyänen.

3. Er war klug und respektvoll.

4. Die anderen Hyänen in der Savanne wunderten sich über ihn.

5. Jeden Tag saß Simba auf einem Felsen und beobachtete die Sonne, die am Himmel aufstieg.

6. Er dachte nach und versuchte, die Geheimnisse des Lebens zu verstehen.

7. Eines Tages hörte Simba ein leises Weinen aus dem Dickicht.

8. Er folgte dem Geräusch und fand eine verletzte Gazelle.

9. Ihr Bein war gebrochen und sie konnte nicht mehr laufen.

10. Simba spürte Mitgefühl und beschloss, der Gazelle zu helfen.

11. Er band einen Ast als Schiene um ihr Bein.

12. Dann trug er sie vorsichtig zu einem nahegelegenen Bach.

13. Dort gab er ihr Wasser.

14. Er wartete, bis die Gazelle sich ausgeruht hatte.

15. Die Gazelle bedankte sich bei Simba und fragte:

Jinis fisi alivyoleta amani

1. Hapo zamani za kale kulikuwa na fisi mdogo aliyeitwa Simba.

2. Simba alikuwa tofauti na fisi wengine.

3. Alikuwa mwenye akili na mwenye hekima.

4. Fisi wengine katika savana walimshanga kwa ajabu.

5. Kila siku Simba aliketi juu ya mwamba na kuangalia jua likizama angani.

6. Aliwaza na kujaribu kuelewa siri za maisha.

7. Siku moja Simba alisikia kilio kidogo kutoka kichakani.

8. Alifuata sauti hiyo na akakuta swala aliyekuwa ameumia.

9. Mguu wake ulikuwa umevunjika na hakuweza tena kukimbia.

10. Simba alihisi huruma na akaamua kumsaidia swala huyo.

11. Aliweka tawi kama gipsi kwenye mguu wake.

12. Kisha akambeba kwa uangalifu hadi mtoni uliokuwa karibu.

13. Huko alimpa maji.

14. Aliusubiri mpaka swala akamaliza kupumzika.

15. Swala alimshukuru Simba na akauliza:

16. "Warum hilfst du mir, obwohl du eine Hyäne bist?"

17. Simba antwortete:

18. "Weil jedes Lebewesen Mitgefühl verdient.

19. Weisheit lehrt uns, Gutes zu tun, egal wer wir sind."

20. Die Gazelle war beeindruckt von Simbas Weisheit.

21. Sie begannen sich zu unterhalten.

22. Sie erzählten einander Geschichten von ihren Reisen und Träumen.

23. Jeder teilte sein Wissen mit dem anderen.

24. Sie erkannten, dass sie beide viel voneinander lernen konnten.

24. Die Tage vergingen und Simba und die Gazelle wurden gute Freunde.

25. Sie gingen zusammen auf Erkundungstouren und halfen anderen Tieren in Not.

26. Die anderen Hyänen in der Savanne beobachteten Simba und die Gazelle.

27. Sie waren erstaunt über Simbas Veränderung und wollten auch so weise und liebevoll sein.

28. Simba und die Gazelle lernten, dass Weisheit und Liebe keine Grenzen kennen.

16. "Kwa nini unanisaidia, ingawa wewe ni fisi?"

17. Simba alijibu:

18. "Kwa sababu kila kiumbe anastahili kupewa huruma.

19. Hekima hutufundisha kutenda mema, bila kujali sisi ni nani."

20. Swala alishangaa juu ya hekima ya Simba.

21. Walianza kuzungumza.

22. Walisimuliana hadithi za safari zao na ndoto zao.

23. Kila moja aligawia ujuzi wake na mwenzake.

24. Waligundua kuwa huweza kujifunza mengi kutoka kwa mwingine.

24. Siku zilipita na Simba na swala wakawa marafiki wazuri.

25. Walikwenda pamoja kwenye safari za uchunguzi na kusaidia wanyama wengine walio hatarini.

26. Fisi wengine katika savana walimtazama Simba na swala huyo.

27. Walishangaa mabadiliko ya Simba na pia walitaka kuwa na hekima na upendo kama yeye.

28. Simba na swala walijifunza kuwa hekima na upendo haujui mipaka.

29. Sie wurden zu Vorbildern für andere Tiere und halfen, eine harmonische Gemeinschaft in der Savanne zu schaffen.

30. Die Geschichte von Simba und der Gazelle wurde überall in Tansania erzählt.

31. Die Menschen lernten von ihrem Beispiel und begannen, Mitgefühl und Respekt gegenüber allen Lebewesen zu zeigen.

32. Und so brachte die kleine Hyäne Simba großes Glück und Frieden in seine Heimat.

29. Walikuwa mifano kwa wanyama wengine na walisaidia kuunda jamii yenye amani katika savana.

30. Hadithi ya Simba na swala ilisimuliwa kote Tanzania.

31. Watu walijifunza kutoka kwao na wakaanza kuonyesha huruma na heshima kwa viumbe vyote.

32. Na hivyo, fisi mdogo Simba alileta furaha kubwa na amani nchini kwake.

Die Antilope die die Gefahr erkannte

1. Es war einmal eine kleine Antilope in Tansania.

2. Sie lebte glücklich und frei in den weiten Savannen.

3. Die Sonne schien warm während sie über das grüne Gras hüpfte.

4. Eines Tages kamen neue Tiere in die Savanne, die die Antilope nie zuvor gesehen hatte.

5. Sie waren groß und stark, mit scharfen Zähnen und großen Klauen.

6. Die Antilope war neugierig, aber auch vorsichtig.

7. Leise und still folge sie den neuen fremden Tieren.

8. So lernte sie, dass diese neuen Tiere nicht so lebten wie eine Antilope.

9. Mit ihren großen und starken Klauen packten die fremden Tiere andere Tiere.

10. Mit ihren scharfen Zähnen verspeisten sie die anderen Tiere die sie mit ihren Klauen gepackt hatten.

11. Die Antilope konnte sich all das nicht erklären und machte sich auf den Weg zum Elefanten.

12. Der Elefant war sehr alt und Weise.

Swala aliyegundua hatari

1. Hapo zamani za kale kulikuwa na swala mdogo Tanzania.

2. Aliishi kwa furaha na uhuru katika savana kubwa.

3. Jua liliwaka wakati alikuwa akiruka juu ya nyasi za kijani.

4. Siku moja, wanyama wapya walikuja savana, wanyama ambao swala hakuwahi kuona hapo awali.

5. Walikuwa wakubwa na wenye nguvu na meno makali na makucha makubwa.

6. Swala alikuwa na shauku ya kujua vitu vipya lakini pia alikuwa mwangalifu.

7. Kwa kimya na utulivu alifuata wanyama wapya na wasiojulikana.

8. Hivyo ndivyo alijifunza kwamba wanyama hawa wapya hawakuishi kama swala.

9. Kwa makucha yao makubwana yenye nguvu, wanyama hao wapya waliwakamata wanyama wengine.

10. Kwa meno yao makali, walikula wanyama wengine waliowakamata kwa makucha yao.

11. Swala hakuweza kuelewa yote haya na akaamua kwenda kwa tembo.

12. Tembo alikuwa mzee sana na mwenye hekima.

13. Er war weit durch das Land gewandert und hatte vieles erlebt.

14. Als die Antilope dem Elefanten von den Tieren erzählte, wusste dieser sofort von welchen Tieren die Antilope sprach.

15. Sie sagte ihr:

16. „Antilope, die Tiere von denen Du spricht, das sind Löwen, Leoparden und Hyänen.

17. All diese Tiere ähneln Dir nicht.

18. Sie fressen kein Gras, sondern Fleisch.

19. Sie jagen andere Tiere und verspeisen sie.

20. Pass auch weiterhin gut auf, wenn Du ihnen begegnest."

21. Die kleine Antilope war erschrocken.

22. Sie wollte nicht verletzt werden.

23. Also lernte sie, wie sie sich vor diesen gefährlichen Tieren schützen konnte.

24. Sie lernte, ihre Umgebung aufmerksam zu beobachten und aufmerksam zu sein.

25. Wenn sie einen Löwen oder eine Hyäne sah, rannte sie schnell davon.

26. Sie wusste, dass sie schneller war als diese großen Raubtiere.

13. Alikuwa amesafiri mbali katika nchi na alikuwa ameona mengi.

14. Swala alipomwambia tembo kuhusu wanyama hao, tembo alijua mara moja ni wanyama gani swala alikuwa akizungumzia.

15. Alimwambia:

16. "Swala, wanyama unaozungumzia ni simba, chui, na fisi.

17. Wanyama hawa hawafanani na wewe.

18. Hawali nyasi, bali wanakula nyama.

19. Wanawinda wanyama wengine na kuwala.

20. Endelea kuwa mwangalifu unapokutana nao."

21. Swala mdogo alifadhaika.

22. Hakutaka kuumia.

23. Kwa hiyo, alijifunza jinsi ya kujilinda dhidi ya wanyama wakali hao.

24. Alifunzwa kuangalia mazingira yake kwa umakini na kuwa makini.

25. Alipomwona simba au fisi, alikimbia kwa haraka.

26. Alijua kwamba anakimbia mbio haraka kuliko wanyama windaji hao wakubwa.

27. Wenn sie einen Leoparden hörte, versteckte sie sich geschickt im hohen Gras.

28. Und wenn sie andere Antilopen traf, erzählte sie ihnen von den gefährlichen Tieren und wie man sich vor ihnen schützen konnte.

29. Die anderen Antilopen waren dankbar für diese Warnungen.

30. Mehr und mehr von ihnen entschieden sich bei der weisen Antilope zu bleiben und gemeinsam durch die Savanne zu ziehen.

31. Fraßen einige Antilopen, so hielten die anderen Wache.

32. Und waren sie satt schliefen sie, denn andere Antilopen wachten über sie.

33. So gründete die Antilope die erste Herde der Antilopen.

34. Sie verstanden, dass sie in Einheit weiterhin ein glückliches Leben in der Savannen leben konnten.

35. In Einheit konnten sie, trotz der gefährlichen Tiere um sie herum, frei leben.

27. Aliposikia chui, alijificha kwa ustadi kwenye nyasi ndefu.

28. Na alipokutana na swala wengine, aliwaeleza kuhusu wanyama hatari na jinsi ya kujilinda dhidi yao.

29. Swala wengine walishukuru kwa tahadhari hizo.

30. Zaidi na zaidi wakaamua kuungana na swala mwenye hekima na kuendelea kutembea pamoja naye katika savana.

31. Baadhi ya swala walipouila wengine walikuwa wakilinda.

32. Na waliposhiba wakalala kwa kuwa swala wengine walikuwa macho na kuwalinda.

33. Hivyo swala aliunda kundi la kwanza la swala.

34. Waligundua kwamba kwa umoja waweza kuendelea kuishi maisha ya furaha katika savana.

35. Kwa umoja waliweza kuishia kwa uhuru licha ya wanyama hatari waliowazunguka.

Der Hase der wie ein Löwe sein wollte

1. Es war einmal in Tansania ein kleiner Hase.

2. Der Hase war sehr neugierig.

3. Er liebte es, die Welt um sich herum zu erkunden.

4. Jeden Tag ging es auf Entdeckungsreise.

5. Eines Tages, während er am Ufer des Flusses lag und die Sonne genoss, hörte der Hase ein lautes Geräusch.

6. Es war ein schreckliches Brüllen.

7. Der Hase beschloss, zu sehen, was dort los war.

8. Er lieft durch das hohe Gras und lief und lief.

9. Endlich kam er an einen offenen Platz und sah eine große Gruppe von Tieren.

10. Da stand ein mächtiger Löwe auf einem Felsen und brüllte.

11. Der Hase war fasziniert von der Stärke und dem Mut des Löwen.

12. Er begann, den Löwen zu folgen und zu bewundern.

13. Der Hase wollte auch so stark und mutig sein wie der Löwe.

14. Also beschloss der Hase, vom Löwen zu lernen.

Sungura ambaye alitaka kuwa kama simba

1. Hapo zamani za kale kulikuwa na sungura mdogo Tanzania.

2. Sungura alikuwa na shauku kubwa ya kujua vitu vipya.

3. Alipenda kuchunguza ulimwengu uliomzunguka.

4. Kila siku alifanya safari za ugunduzi.

5. Siku moja, akiwa amelala kando ya mto na kufurahia jua, sungura alisikia sauti kubwa.

6. Ilikuwa ni kelele kali.

7. Sungura aliamu kuangalia kilichoendelea huko.

8. Alipitia nyasi ndefu na kukimbia na kukimbia.

9. Hatimaye alifika kwenye eneo wazi na kuona kundi kubwa la wanyama.

10. Kulikuwa na simba mwenye nguvu akisimama juu ya mwamba na kunguruma.

11. Sungura alivutiwa na nguvu na ujasiri wa simba.

12. Alikuwa akimfuatilia simba na kumshangilia.

13. Sungura alitamani kuwa na nguvu na ujasiri kama simba.

14. Kwa hiyo, sungura aliamua kujifunza kutoka kwa simba.

15. Er folgte ihm überall hin und beobachtete jeden seiner Schritte.

16. Doch der Hase war kein Raubtier wie der Löwe.

17. Er war ein friedlicher Hase, der Pflanzen und Gräser fraß.

18. Trotzdem gab der Hase nicht auf.

19. Er übte, wie der Löwe zu brüllen und zu jagen.

20. Er versteckte sich im hohen Gras und versuchte, seine Beute zu fangen.

21. Aber jedes Mal scheiterte er.

22. Eines Tages traf der Hase einen alten weisen Elefanten.

23. Er erzählte ihm von seinem Wunsch, stark und mutig wie der Löwe zu sein.

24. Der Elefant lächelte sanft und sagte:

25. "Kleiner Hase, du bist perfekt, so wie du bist.

26. Du musst nicht wie der Löwe sein, um großartig zu sein."

27. Schau Du hast andere Stärken als der Löwe.

28. Du hast große Ohren und kannst viel Besser hören als der Löwe.

29. Du hast eine gute Nase und kannst viel Besser riechen als er.

15. Alimfuata kila mahali na kumwangalia kila hatua yake.

16. Lakini sungura hakuwa mnyama mwindaji kama simba.

17. Alikuwa sungura mpole aliyekula mimea na majani.

18. Hata hivyo sungura hakukata tamaa.

19. Alijaribu kujifunza kunguruma kama simba na kuwinda.

20. Alijificha kwenye nyasi ndefu na kujaribu kuwinda mawindo.

21. Lakini kila mara alishindwa.

22. Siku moja, sungura alikutana na tembo mzee mwenye hekima.

23. Alimweleza kuhusu hamu yake ya kuwa na nguvu na ujasiri kama simba.

24. Tembo alimtabasamu kwa upole na kusema:

25. "Sungura mdogo, wewe ni kamili hivyo ulivyo.

26. Huhitaji kuwa kama simba ili uwe mzuri."

27. Angalia una nguvu nyingine tofauti na simba.

28. Una masikio makubwa na unaweza kusikia vizuri zaidi kuliko simba.

29. Una pua nzuri na unaweza kunusa vizuri zaidi kuliko yeye.

30. Und Du bist ein sehr vorsichtiges Tier.

31. Du lässt Dich nicht auf Gefahren ein.

32. Mit deinen großen Füßen kannst Du laut klopfen und andere Hasen warnen, wenn große Jäger kommen um zu jagen.

33. Vielen Hasen hast Du schon das Leben dadurch gerettet.

34. Der Hase war überrascht.

35. Es hatte niemals darüber nachgedacht, dass es schon großartig war, so wie es war.

36. Er dankte dem Elefanten und kehrte zum Flussufer zurück, an dem er lebte.

37. Von da an genoss der Hase, Hase zu sein.

38. Mit seinen großen Ohren lauschte er all den Geräuschen die andere nicht hören konnten.

39. Mit seiner Nase roch er Dinge die andere nicht riechen konnten.

40. Und immer wenn er Gefahr erkannte klopfte er mit seinen großen Füßen noch lauter als früher.

41. So konnte er viele Tiere vor Gefahren warnen.

42. Er erkannte, dass jeder einzigartig ist.

43. Er erkannte auch, dass s ist nicht notwendig, wie jemand anderes zu sein, um sich großartig zu fühlen.

30. Na wewe ni mnyama mwenye tahadhari sana.

31. Haujiingizi katika hatari.

32. Kwa miguu yako mikubwa, unaweza kugonga kwa sauti kubwa na kuwaonya sungura wengine wakati mwindaji mkubwa anapokuja.

33. Umeokoa maisha ya sungura wengi kwa kufanya hivyo.

34. Sungura alishangaa.

35. Haikuwahi kufikiria kwamba tayari amekuwa mzuri hivyo alivyo.

36. Alimshukuru tembo na akarudi ufukweni alipoishi.

37. Tangu wakati huo, sungura alifurahia kuwa sungura.

38. Kwa masikio yake makubwa, alisikiliza sauti zote ambazo wengine hawakuweza kusikia.

39. Kwa pua yake, alinusa vitu ambavyo wengine hawakuweza kunusa.

40. Na kila wakati alipogundua hatari, aligonga miguu yake mikubwa kwa nguvu zaidi kuliko zamani

41. Hivyo aliweza kuwaonya wanyama wengi kuhusu hatari.

42. Aligundua kwamba kila mmoja ni wa kipekee.

43. Alidundua pia kwamba si lazima kuwa kama mwingine ili kujisikia vizuri sana.

Du hast es geschafft ☺

-

Umefanikiwa ☺